मा र वा

कुसुमाग्रज यांचे प्रकाशित काव्यसंग्रह

जीवनलहरी   (१९३३)
विशाखा   (१९४२)
समिधा   (१९४७)
किनारा   (१९५२)
कालिदासाचे मेघदूत (अनुवादित) (१९५६)
मराठी माती   (१९६०)
स्वगत   (१९६२)
हिमरेषा   (१९६४)
वादळवेल   (१९६९)
छंदोमयी   (१९८२)
मुक्तायन   (१९८४)
पाथेय   (१९८९)
महावृक्ष   (१९९४)
मारवा   (१९९९)

संपादित काव्यसंग्रह

रसयात्रा – संपा. बा. भ. बोरकर व शंकर वैद्य (१९६९)

प्रवासी पक्षी – संपा. शंकर वैद्य (१९८९)

माधवी (गीतकाव्य) – संपा. शांता शेळके (१९९४)

थांब सहेली – संपा. वसंत पाटील, श्री. शं. सराफ, रेखा भांडारे (२००२)

बालकविता

जाईचा कुंज (१९३६)

श्रवण (१९८५)

बालबोधमेव्यातील कुसुमाग्रज – संपा. पद्मा मोरजे (१९८९)

मारवा

कुसुमाग्रज

पॉप्युलर प्रकाशन, मुंबई

मारवा   MARWA

(म – ८८८)   (Marathi : Poetry)

पॉप्युलर प्रकाशन   Kusumagraj

ISBN 978-81-7185-732-6

© २०११, पॉप्युलर प्रकाशन प्रा. लि.

पहिली आवृत्ती : १९९९/१९२१
पुनर्मुद्रण : २०११/१९३२
दुसरे पुनर्मुद्रण : २०२१/१९४३

मुखपृष्ठ : पद्मा सहस्रबुद्धे

प्रकाशक
अस्मिता मोहिते
पॉप्युलर प्रकाशन प्रा. लि.
३०१, महालक्ष्मी चेंबर्स,
२२, भुलाभाई देसाई रोड,
मुंबई ४०००२६

अक्षरजुळणी
आनंद लिमये
इंडिया प्रिंटिंग वर्क्स
४२, जी. डी. आंबेकर मार्ग
वडाळा, मुंबई ४०० ०३१

ऋणनिर्देश

'मारवा' ह्या कवितासंग्रहाची सिद्धता कवी कुसुमाग्रज यांनी केली होती. त्यात काही नवीन कवितांचा समावेश त्यांच्या इच्छेनुसारच करण्यात आला. या कामात आणि पुस्तकाची मुद्रिते तपासण्यात प्राचार्य वसंत पाटील, रेखा भांडारे आणि श्री. शं. सराफ यांची बहुमोल मदत झाली.

२३ एप्रिल १९९९   – प्रकाशक

अनुक्रम

मारवा	१
ते	२
स्वातंत्र्यदेवीची विनवणी	३
तोवर	६
संध्या	७
निवारा	८
मातीतिल एक कहाणी	९
जीवन	११
केकचा तुकडा	१२
सावली	१३
आशंका	१४
एक पहाट जंगलातली	१५
तुझ्या असण्याच्या	१६
प्रवासी	१८
जमाव	२०
सप्तशृंग	२३
खंत	२५
वृत्तपत्र	२६
उ:शाप	२८
पहाटरात्री	२९
तो एक	३१
पक्षांतर	३२
टिकोजी	३३
कीर्ती	३६
शंभरदा जे	३७
बंदीवान	३८
कोट	४०

शीण	४१
जलाशय	४२
महाराष्ट्र गीत	४३
तूर्त	४४
आनंद	४५
माझे जीवन गाणे	४७
पंख्यामध्ये	४९
कोलाहल	५०
अंतहीन	५२
उगवतीचं ऊन	५४
आम्ही	५६
काहूर	५७
जाळे	५८
जखम	५९
असाही एक सावता	६०
समूह	६२
जाता जाता	६३
पणती	६४
वर्तमान	६५
सीमेवरती	६६
उनाड आत्मा	६८
चक्र रथाचे	६९
वाळवंट	७०
ताराभेट	७१
मीच	७३
वृक्ष	७४
जेथे जातो तेथे	७५
असंख्य थडगी	७७

आधार	७८
तराजूत	७९
तेथे	८१
पूर्व दिव्य ज्यांचे	८३
खाट	८४
मर्त्य	८५
शोध	८६
पोपट	८७
प्रेम	८८
सुंदर	८९
भान	९०
प्रश्न	९१
उंबरठ्यावर	९२

मारवा

उषेत तेव्हा
ताम्र नभातुन
सुवर्ण किरणावली.

सांध्य घनातुन
झिरपत आता
विश्वंभर सावली.

उषेत होते
जागवणारे
भूपालीचे स्वर.

मृदल मारवा
आज बांधतो
मला विसावाघर.

ते

माझ्या आथिलेपणास
    दिला त्यांनीच आकार
माझ्या भूमीत पेरले
    लाख विचार विकार.

त्यांच्या मागण्यांचे तण
    दाट मेघांत दाटले
माझ्या नक्षत्रांचे दिवे
    मला दिसेनासे झाले.

रस्ते त्यांनी आखलेले
    घर त्यांनी बांधलेले
माझ्या प्राणशक्तीसाठी
    ताट त्यांनी रांधलेले.

हात हाले त्यांच्यासाठी
    पाय चाले त्यांच्यासाठी
माझ्या मालकीची आता
    फक्त कपाळाची आठी.

स्वातंत्र्यदेवीची विनवणी

(प्रासंगिक फटका)

(अनंतफंदींचे स्मरण करून)

पन्नाशीची उमर गाठली अभिवादन मज करू नका ।
मीच विनविते हात जोडुनी वाट वाकडी धरू नका ।।

सूर्यकुलाचा दिव्य वारसा प्रिय पुत्रांनो तुम्हा मिळे ।
काळोखाचे करून पूजन घुबडांचे व्रत वरू नका ।।

अज्ञानाच्या गळ्यात माळा अभिमानाच्या घालु नका ।
अंध प्रथांच्या कुजट कोटरी दिवाभितास दडू नका ।।

जुनाट पाने गळुन पालवी नवी फुटे हे ध्यानि धरा ।
एकविसावे शतक समोरी सोळाव्यास्तव रडू नका ।।

वेतन खाउन काम टाळणे हा देशाचा द्रोह असे ।
करतिल दुसरे बघतिल तिसरे असे सांगुनी सुटू नका ।।

जनसेवेस्तव असे कचेरी ती डाकूंची नसे गुहा ।
मेजाखालुन मेजावरतुन द्रव्य कुणाचे लुटू नका ।।

बोथट पुतळे पथापथावर ही थोरांची विटंबना ।
कणभर त्यांचा मार्ग अनुसरा वांझ गोडवे गाउ नका ।।

सत्ता तारक सुधा असे पण सुराहि मादक सहज बने ।
करिन मंदिरी मी मदिरालय अशी प्रतिज्ञा घेउ नका ।।

प्रकाश पेरा अपुल्या भवती दिवा दिव्याने पेटतसे ।
इथे भ्रष्टता तिथे नष्टता शंखच पोकळ फुंकु नका ।।

मारवा / ३

पाप कृपणता पुण्य सदयता संतवाक्य हे सदा स्मरा ।
भलेपणाचे कार्य उगवता कुठे तयावर भुंकु नका ।।

गोरगरीबा छळू नका ।
पिंड फुकाचे गिळू नका ।
गुणीजनांवर जळू नका ।

उणे कुणाचे दिसता किंचित देत दवंडी फिरू नका ।
मीच विनविते हात जोडुनी वाट वाकडी धरू नका ।।

परभाषेतहि व्हा पारंगत ज्ञानसाधना करा, तरी ।
माय मराठी मरते इकडे परकीचे पद चेपु नका ।।

भाषा मरता देशहि मरतो संस्कृतिचाही दिवा विझे ।
गुलाम भाषिक होउनि अपुल्या प्रगतीचे शिर कापु नका ।।

कलम करी ये तरी सालभर सण शिमग्याचा ताणु नका ।
सरस्वतीच्या देवळातले स्तंभ घणाचे तोडु नका ।।

पुत्र पशूसम विकती ते नर, नर न नराधम गणा तया ।
परवित्ताचे असे लुटारू नाते त्याशी जोडु नका ।।

स्वच्छ साधना करा धनाची बैरागीपण नसे बरे ।
सदन आपुले करा सुशोभित दुसऱ्याचे पण जाळु नका ।।

तरुणाईचे बळ देशाचे जपा वाढवा तरूपरी ।
करमणुकीच्या गटारगंगा त्यात तयाला क्षाळु नका ।।

सुजन असा पण कुजन मातता हत्यार हातामधे धरा ।
सौजन्याच्या बुरख्याखाली शेपुट घालुन पळू नका ।।

४/ मारवा

करा कायदे परंतु हटवा जहर जातिचे मनातुनी ।
एकपणाच्या मारुन बाता ऐन घडीला चळू नका ।।

समान मानव माना स्त्रीला तिची अस्मिता खुडू नका ।
दासी म्हणुनी पिटू नका वा देवी म्हणुनी भजू नका ।।

नास्तिक आस्तिक असा कुणीही माणुसकीतच देव पहा ।
उच्च नीच हा भेद घृणास्पद उकिरड्यात त्या कुजू नका ।।

माणुस म्हणजे पशू नसे ।
हे ज्याच्या हृदयात ठसे ।
नर नारायण तोच असे ।

लाख लाख जन माझ्यासाठी जळले मेले विसरु नका ।
मीच विनविते हात जोडुनी वाट वाकडी धरू नका ।।

तोवर

उगवणारा आजचा सूर्य
        कालचा सूर्य मारतो आहे
उद्या उगवणारा सूर्य
        आज मला तारतो आहे.

आज काल उद्याचे मी
        नसते नाते विणतो आहे
आकाशावर आशयमहाल
        बांधण्यासाठी शिणतो आहे.

निसर्गातून असणे आले
        निसर्गातच सरणे आहे
रित्या पात्रात चैतन्याच्या
        ठिणग्या तोवर भरणे आहे.

संध्या

उषा सुंदर होतीच
पण अधिक सुंदर आहे
ही संध्या.
मावळतीवर उतरलेला
हा सूर्य,
दिवसभराच्या प्रकाशदानाने
कृतार्थ झालेला
अधिक प्रकाशमय अधिक स्नेहशीलही.
निर्वाहासाठी
आकाशात प्रवेशणाऱ्या
क्षुधित पाखरांपेक्षा
तृप्त संतोषाने जंगलाकडे
परतणारी ही पाखरे
अधिक आनंदमय.
आणि मी – माझे अस्तित्व
प्रकाशात प्रवेश करताना
पूर्ण निराशय असलेले,
आता अंधारात विश्रांत होताना
सर्वंकष आशयाने
शिगोशिग भरलेले.
असण्याचे उन्नयन जगण्यात करणारी
ही संध्या.

निवारा

जगातील साऱ्या
प्रश्नचिन्हांची अंतस्थ इच्छा
असते
पूर्णविराम होण्याची !

तीच इच्छा
माझ्या अस्तित्वातून
प्राणसावलीप्रमाणे अवतरलेल्या
या प्रश्नचिन्हाची !

धुळीच्या कणापासून
अंतराळातील नक्षत्रांपर्यंत
सर्वत्र संचार करूनही
त्याला मिटवता आले नाही
आपले प्रश्नपण !

सनातन चिरेबंद दुर्गांतून
दृष्टी हरवलेल्या देवळांतून
ग्रंथांतून, पंथांतून
आणि घटपटाच्या रवंथातूनही !

ते प्राणपणाने
शोधत आहे निवाऱ्यासाठी
एखाद्या पूर्णविरामाची
पडशाळा,
जिची दारे बंद असतील
सर्व प्रश्नांना !

८/ मारवा

मातीतिल एक कहाणी

आकाशतळी फुललेली
        मातीतिल एक कहाणी
क्षण मावळतीचा येता
        डोळ्यांत कशाला पाणी ? ।।

तो प्रवास सुंदर होता
        आधार गतीला धरती
तेजोमय नक्षत्रांचे
        आश्वासन माथ्यावरती ।।

सुख आम्रासम मोहरले
        भवताल सुगंधित झाले
नि:शब्द वेदनांमधुनी
        गीतांचे गेंद उदेले ।।

पथ कुसुमित होते काही
        रिमझिमत चांदणे होते
वणव्याच्या ओटीवरती
        केधवा नांदण होते ।।

त्या विराट शून्यामधली
        ती एक वसाहत होती
शून्यात प्रसवली शून्ये
        शून्यांची रंगित नाती ।।

मारवा/९

त्या शून्यामधली यात्रा
वाऱ्यातिल एक विराणी
गगनात विसर्जित होता
डोळ्यांत कशाला पाणी ?

जीवन

इवल्या पेल्यामध्ये रमे जे – तेही जीवन
जलधीचे भयकारक तांडव – तेही जीवन
सूर्यकरांसह अरूप होउनि गगनी चढते
श्याम नील घन उदास बरसे – तेही जीवन.

केकचा तुकडा

हॉटेलच्या गच्चीवरून
त्यानं फेकला दयार्द्रतेनं
चॉकलेट केकचा
        भला मोठा तुकडा
रस्त्यावरील कुत्र्यासाठी.

कुत्रा धावत सुटला
आणि हॉटेलच्या सावलीला
उभा असलेला
        कळकट चिंध्यातील
एक अगांतुक मुलगाही.

मुलगा प्राणपणानं धावला
        कुत्र्याच्या वेगावर मात करून
त्यानं काबीज केला
        तो तुकडा – आणि
कुत्र्याला वाव राहू नये म्हणून
तोंडात कोंबलाही
        असभ्य घाईनं.
गच्चीवरील दयार्द्र दाता
        शिवास रीगलचा पेला
ओठाला लावीत ओरडला –
        ही हलकट कार्टी !

सावली

ब्रह्मांडात माझ्या
      अस्तित्वाचा कण
कणालाही जाण
      संसृतीची.

लाख संबंधांची
      बांधली मी पेठ
तुटे मूळ देठ
      अस्मितेचा.

साऱ्यामध्ये मीच
      माझ्यामध्ये सारे
अंतःस्थ बिचारे
      क्षीण झाले.

शरीरापासून
      तुटली सावली
मालकीण झाली
      तीच आता.

मारवा/१३

आशंका

अन्तराळातील कृष्णविवर –
सनातन ब्रह्माण्ड
काळोखाचे
अनाद्यन्त वैर
प्रकाशाशी करणारे,
आकाशगंगेतील
नक्षत्रांनी नाकारलेल्या
अंधाराला अंतरंगात
आश्रयधन देणारे,

आकाशधर्म झुगारून
बेबंद भ्रमणाऱ्या
ग्रहगोलांना
मायावी बाहुपाशात
खेचून घेणारे.

सूर्यकन्या पृथ्वी
पित्याशी द्रोह करून
मुक्तीच्या तामस
अहंभावी लालसेने
त्या कृष्णविवराकडे
सरकत आहे ?

एक पहाट जंगलातली

रातखगांची सरली साचल
पहाट भूवर उतरत आहे
नीरवतेचा विराट अजगर
चराचरावर सरकत आहे.

हिरवाईचा घास घेतला
तिमिराच्या घनदाट पटाने
कातर कोमल चांद ढगांच्या
विक्राळातुन फिरे हटाने.

चिरा कधी घनतटास पडती
क्षीण चांदणे त्यातुन झरते
अगतिकतेने गुदरलेली
हताश भूमी क्षणभर दिसते.

खांद्यावरती रात्र पांघरुन
पहाड शिखरे नभात शिरती
क्रूर काजळी प्रचंडतेने
उदार नभही भयाण करती.

आर्त प्रतीक्षा करीत धरती
कधी व्हायचा अंत निशेचा
कधी उमाठ्यावरती पहिला
सुवर्ण कर प्रगटेल उषेचा.

तुझ्या असण्याच्या

तुझ्या असण्याच्या वितंडवादात
तुझ्याच दारात होतो उभा

आहेत नाहीत मालक घरात
काही ना संकेत दारावरी

तत्त्वज्ञांचे जथे रस्त्यात फिरती
शब्दांच्या शर्यती अर्थाविना

दूर एकांतात बसलेला कोणी
भावओली गाणी वीणेवरी

समाधी तोडून पुसले मी त्याला
काय अज्ञाताला आळविसी

उत्तरला स्मित करोनिया मंद
परस्थांना बंद दार येथे

माझा देव माझा माझे देवालय
उदय विलय माझ्यासाठी

माझ्या अस्तित्वात पूर्ण विरलेला
रूप ना तयाला राहिलेले

नसे असण्याची नसण्याची आच
नास्तिकाही तोच संथा देई

काटेकोर चाले माना वा न माना
सारा कारखाना ब्रह्मांडाचा

अजर अमर मला नाही चिंता
मरोनी मी जाता तोही मरे

सवाल हा नसे सर्वसंमतीचा
माझ्या गरजेचा अनुभव

जावे आता घरी वीणा वाट पाहे
हवा तर आहे ध्यानी धरा

परतता मनी उजाडले थोडे
खट्याळ हे घोडे तरी खळे

प्रवासी

जमीन होती लालजांभळी
    नदीत लहरत केशर पाणी
घनाघनातुन निथळत होती
    राजस तामस रसाळ गाणी.

उसळत होते पायपथावर
    अहंपणाचे अविरत संगर
विजय पराजय – खंत कुणाला
    हत्यार आतुर लढणारा कर.

बिकट वाट वहिवाट धरावी
    बाजारातहि एकाकीपण
कृष्णपक्ष जरि खिशात असला
    मनात पुनवेचे तारांगण.

शरीरतेला सदैव चारा
    हवा गव्हाणीमध्ये रतीचा
फकीर होउन फिरे आत्मता
    शिधा शोधण्या दिव्य कृतीचा.

विलग होउनी जीवनधारा
    छापिल पानांमधून जाती
संसारातिल जखमांसाठी
    दवालयेही तिथेच होती.

उठे राहुटी तेथिल आता
         रण वाळूचे भवती जळते
निखार पिउनी काजळलेली
         एक सावली सोबत करते.

अपार भूमी निराशयाची
         तटस्थ वरती स्तब्ध निळाई
धुक्यात अंधुक लपेटलेली
         क्षितिजावरती दिसे सराई.

मारवा/१९

जमाव

विवेकशून्य द्वेषाची
घाऊक खरेदी करणारा,
पिसाट घोषणांच्या पालित्यांनी
आसमंत पेटविणारा
जेव्हा रस्त्याने धावू लागतो,
तेव्हा तो असतो
एक प्रचंड डोंगरकाय डायनोसार
उत्क्रांतीच्या इतिहासातील
निरात्म देहावस्था दर्शविणारा
जमाव –
व्यक्तिगत जाणिवांचे विसर्जन
समूहाच्या अश्वशक्तीत करणारा,
क्रीडाशील सहजतेने
निरागस माणसांच्या माना चिरणारा,
बलात्कारित शरीरांचे अवशेष
कचऱ्याच्या कुंड्यांत फेकणारा,
माना लववून बसलेले मोहल्ले
मुलाबाळांसह जाळणारा,
दुबळ्यांच्या भेकड कत्तलीवर
वीरतेचा शेंदूर फासणारा,
शेकडो शतकांत आकारलेला
संस्कृतीचा सत्त्वगर्भ

२० / मारवा

पायदळी तुडविणारा,
जमाव –
पण जेव्हा कोणी परमपुरुष
सहस्ररश्मी सूर्याचा सामंत
डायनोसारच्या विक्राळ सुळ्यांना
आणि राक्षसी पंजांना आव्हान देत
उभा राहतो स्फटिकाच्या पहाडासारखा
आभाळभर

आणि उद्घोषित करतो महामंत्र
मेघमालेच्या स्वरात :
'अद्वेष्टा सर्वभूतानाम्,
मैत्र: करुण एव च'
तेव्हा
त्या समुदायाच्या सागरातील
प्रत्येक थेंब अलग होतो
थरथरतो
लखलखतो
ईश्वरीय सांद्र स्पर्शाने,
आणि त्या वेताळबाजाराचे
रूपांतर होते देवदूतांच्या संमेलनात,
सिद्ध होते त्यातून अभेद्य नरसिंहशक्ती
अमंगलाच्या संहारासाठी
शिवसुंदराच्या परित्राणासाठी,
स्तब्ध झालेल्या पृथ्वीचा गोल

पुन्हा गतिमान होतो तेव्हा
सूर्याच्या दिशेने
पण –
दानवीकरण घडते वारंवारतेने
देवदूतीकरणासाठी मात्र
करावी लागते प्रतीक्षा दीर्घकाल
त्या एका आश्वासनावर
भिस्त ठेवून –
''संभवामि युगे युगे.''

सप्तशृंग

हाच गिरी तो – वयात नवथर
     मनात माझ्या घुसला होता
कल्पकतेच्या अतल पटावर
     जेठा मारुन बसला होता.

गमला तेव्हा मला हिमाचल
     भेदत गगनातील निळाई
उंच उंच घनमाला लंघुन
     सुरलोकाच्या समीप जाई.

उभा कडा हा बलाढ्य काळा
     लवलेला लव देखत खाली
जगतामधली सर्व गर्वता
     या शैलातुन समूर्त झाली.

शीतकड्याची दरी भयावह
     पाताळाचे हिरवे तळघर
किती रहस्ये उठली त्यातुन
     सुखकर काही काही बदसूर.

शिलाशिल्प ते – गमे आजची
     पुरातनाशी जवळिक जडते
देवी देउळ पहाड यांतिल
     आप्तपणाचे दर्शन घडते.

मारवा/२३

जगदंबेची उभार मूर्ती
उग्रतेतही वत्सल वाटे
ओलांडुन भय भक्तीचा घन
गहिवरलेल्या उरात दाटे.

कालनदीच्या कितीक लाटा
विरल्या आता रेतीवरती
गतकाळातिल मानसलहरी
इतिहासाच्या गुहेत शिरती.

आजहि येतो पुन्हा पुन्हा मी
प्रौढ वयाचा गंज मनावर
भावबंध तो तसाच तरिही
तसेच सारे अद्‌भुत सुंदर.

आज रहस्ये नसती काही
दरी न भयंकर गिरी न पावन
तरी हवेतुन झिरपत राही
अथांग शांती स्नेहल सांत्वन.

घाट उतरता गिरिवर्याचा
तीर्थरूप हो स्पर्श शिराते
वृद्ध शब्दही – असाच येरे
गतकाळातिल स्मरून नाते.

खंत

वडीलधाऱ्या
        या पायांना
शताधिकांचे
        हात स्पर्शती,

खंत एक की
        उरला नाही
हात एकही
        खांद्यावरती.

वृत्तपत्र

दर्शनी पानावर
शिगोशीग रक्तबंबाळ वार्ता
दंग्याच्या, युद्धाच्या, कत्तलींच्या
चारसहा स्तंभांच्या शूलाग्रांवर
विद्वेषाचा आक्रोश करीत
आडव्या पडलेल्या –

पुढील काही पानांवर
बलात्कार, भ्रष्टाचार, दुराचार
इत्यादींच्या गटारी
रहदारीच्या राजरस्त्यांवर
उसळ्या घेत
फुटलेल्या –

आणि काही उर्वितांवर
सामिष बाजारात टांगलेल्या
मटनाच्या दोडक्यांप्रमाणे
चित्रपटांनी विक्रीस काढलेले
स्त्रीदेहाचे वासनाखंड –
        असेच काही
        बरेच काही
शेवटच्या पानावर मात्र
या सर्वांवर

२६/ मारवा

आकाशाच्या उदारतेने
निळे आच्छादन घालणारा
एक संजीवक दिलासा :
माणसाच्या युगंधर प्रतिभेने
पराक्रमाने
मंगळावर उतरवलेल्या वाहनाच्या,
सनातन एकांतात
आत्ममग्न असलेल्या
सूर्यकुळातील त्या ग्रहावरील
निरागस भूमीच्या
छायाचित्राचा.

        *   *   *

सूर्यमालेतील सारे ग्रह म्हणाले, ''वाहवा !
हे धरे, तू धन्य झालिस निर्मुनीया मानवा.
ती वदे हा मान मोठा – येथली पण संस्कृती
मंगळावर ते अमंगळ ना रिघवे केधवा.''

उ:शाप

जगण्याच्या या
        शापासाठी
उ:शाप आहे
        मरणाचा
काळोखातील
        रस्त्यावरती
उजेड जळत्या
        सरणाचा.

पहाटरात्री

पहाटरात्री
दुर्गाच्या उत्तुंग सौधावर
जळत होती मशाल
आणि तीही.

दूरवर घोड्यांच्या टापा खणखणल्या
आणि घनघोर लढाईत
विजयी आणि जखमी झालेला तो
प्राणन्तिक वेगाने
दौडत आला दुर्गाजवळ
दुर्गाच्या बंद दाराजवळ.

ती धावत सुटली वादळ होऊन
जिन्यामागून जिने उतरत
ठाकली प्रचंड दरवाज्याशी.

थंडीने गारठलेल्या
लोखंडी विक्राळ कडीला
तिने हात घातला
आणि त्या क्षणी
तिचे हातच नव्हे तर

सारे अस्तित्व
पाषाणमय झाले.
टापांचा खणखणाट दूरस्थात विलीन
दुर्गात कोंडलेल्या उबट एकान्तात
आता फक्त ती
आणि तिची मशाल.

तो एक

हृदयात सांद्र त्याच्या
        सौगंध दाटलेला
बागेतला फुलोरा
        वस्तीत वाटलेला.

परसात बारवेच्या
        पाण्यात मायमाया
भरता घडे झरा तो
        केव्हा न आटलेला.

देवालये कशाला
        विजनात साधना वा
दुनियेत दु:खितांच्या
        त्या देव भेटलेला.

निरपेक्ष सावल्यांची
        घनदाट पांथराई
विश्रांत जीव तेथे
        ग्रीष्मात पेटलेला.

पक्षांतर

आल्हादाची रोपे
                पेराया मातीत
पृथ्वीवर आले
                चंद्रकर सात.

आले ते पडले
                रुधिराच्या डोही
निखाऱ्यात लाल
                कोसळले काही.

रक्तात जाळात
                जळे निळेपण
ठिणग्या जाहले
                चांदण्याचे कण.

चंद्रलोकातील
                सोडोनिया वास
आता झाले सारे
                भास्कराचे दास.

टिकोजी

हा कोणता टिकोजी
        देहात राहणारा
राहूनही विदेही
        अपुल्यास मानणारा.

कफनी जटाजुटांचा
        परिवेष त्या यतीचा
असण्यातला इरादा
        नसण्यात शोधणारा.

काळातल्या अणूच्या
        कोशात जन्मलेला
तरिही अनंततेचा
        बडिवार सांगणारा.

जाळात ना जळे मी
        समरात ना मरे मी
मी विश्व विश्व माझे
        इत्यादि जल्पणारा.

इतुके असून सारे
हा दास देहतेचा
उद्रेक पार्थिवाचे
मस्तीत चाखणारा.
संवेदना तनूच्या
दिमतीस सर्व याच्या
भोगात भौतिकाच्या
मनसोक्त लोळणारा.

बसुनी धुक्यात काळ्या
संज्ञेत व्यंकटीने
बदसूर कल्पितांची
विषधार ओतणारा.

देवास दोष लावी
दैवास शाप देई
जगण्यात यातनांचा
जेव्हा जळे निखारा.

देहात द्वैत मानी
अद्वैत अंतराळी
बाशिंग ईशतेचे
भाळास बांधणारा.

असला महा मिजासी
      डौलात दूर जातो
परतून येथ येतो
      दुसरा कुठे निवारा ?

जाणे परंतु नेणे
      अतिथी घटातला तो
घट भंगता तयाचा
      अवतार लोपणारा.

सारे खरे तरीही
      तो एक मात्र आहे
पशुतेमधून वरती
      नरजात काढणारा.

कीर्ती

कीर्ती म्हणजे
पहिल्या दिवशी
फुलमाळांची
रास मनोहर.

त्याच फुलांची
दुसऱ्या दिवशी
कचराकुंडित
पडणारी भर.

शंभरदा जे

शंभरदा जे गाउन गेलो
　　　पुन्हा पुन्हा ते गातो
त्याच भावना, त्याच वेदना
　　　शब्दांतुनि मी भरतो.

संसारावर चिरा नि जखमा
　　　रक्त क्रंदते भवती
त्या रक्ताचे थेंब अनाहुत
　　　मम कलमावर येती.

सुंदरतेच्या रम्य पूर्णिमा
　　　पृष्ठांगावर दिसती
अगतिक मजला जाळ तळातिल
　　　लपेटुनीया बसती.

बंदीवान

सूर्यदेव माझा पिता
धरामाई माझी आई
संसृतीच्या कारागृही
तरी जन्म माझा होई.

बंदीखान्यातून कान्हा
गेला मुक्त गोकुळास
मातीतील मानवांनी
कशी करावी ती आस.

बंदीवान आहे तरी
बंदीलाही आहे तीर
शृंखलांच्या होती वेली
गीतफुले वेलीवर.

चिरेबंद तटातून
नभ उतरते आत
पाठीवर ठेवी माझ्या
ममतेचा निळा हात.

चौकटीत अंतराळ
चौकटीत माझे तारे
माझा ठाव विचारीत
येते विश्वातील वारे.

भिंती भोवताली तरी
        असा सांत्वनाचा वर
बंदीतही बांधतो मी
        माझ्या मुक्ततेचे घर.

कोट

पहाटच्या अंधुक
कानकोंड्या चांदण्यात
आभाळात घुसलेला
चिरेबंद काजळकाळा कोट
पृथ्वीतून उगवलेला –
क्षीण चांदण्यात चमकणाऱ्या
हिंस्र पोलादी दातांचा प्रचंड
करुणाहीन दरवाजा –
जितेपण निलंबित केलेल्या
आतील नगरात
ना हालचाल, ना नाद –
नीरवतेच्या अपार सागरात
सारं दृश्यजात हरवलेलं –
आणि क्षणभर – क्षणभरच
त्या घनदाट स्तब्धतेला
उभी चीर देणारी
एक आकाशभेदी किंकाळी
प्राणांतिक जखमांतून उधळलेली –
'प्रवेश – मला प्रवेश हवा आहे !'
त्या किंकाळीचे शतावधी तुकडे
चिरेबंद कोटानं
भिरकावून दिले आसमंतात
आणि पुन्हा शांत – शांत –

४०/ मारवा

शीण

भवताल सारं माझंच तरी
          माझं किती म्हणावं ?
अवकाशातील अस्तित्वाला
          खरं किती गणावं ?

धुक्यामधले मंझील मार्ग
          अभावातील असे
शून्याशून्यात आशय भरण्यास
          उगाच किती शिणावं ?

जलाशय

वाळवंटि या वाट चालता
     इथे गवसला असा जलाशय
गर्द वनाने किनारलेला
     स्फटिक द्रवाचा वत्सल संचय ।।

थेंबाथेंबामधून येथे
     तहान तृप्ती विसावलेली
भूमातेच्या उदरामधली
     उदारता ही उमाळलेली ।।

रेताडातिल अपारतेचे
     अचेतनाचे निखार जळते
त्या दहनाला इथे दिलासा
     मावळतीला माया मिळते ।।

सागर सरिता तळे सरोवर
     किती भेटले वाटेवरती
परी जळाची असली महती
     सांगितली मज कुणीही नव्हती ।।

वाळवंट जर अटळ असे तर
     असा जलाशय त्यात असावा
कोमल लाटांसह तीरावर
     प्रवास पुढचा विलीन व्हावा ।।

महाराष्ट्र-गीत

हे प्रियपावन महन्मंगले महाराष्ट्रमाउली
युगायुगांची जीवनगंगा उदे तुझ्या पाउली ।।

मराठमोळी जमीन करडी सह्यगिरीचे कडे
महाजनांची चरणचाल यांतून एकदा घडे
पायखुणांवर स्मरणमंदिरे इथे उभी राहिली ।।

शिवहास्यासम मुक्त वाहते इकडे गोदावरी
ज्वारीसह समशेर पोसली कृष्णातीरावरी
विसावली वर्धेवर अवघ्या दुनियेची सावली ।।

प्रमेय येता रुचीस बंधन जातमतांचे तुटे
नागर ते पदबंध पाहुनी अमृत हो हिंपुटे
कौस्तुभ टाकुनी देव घालतो गळा अभंगावली ।।

शिंग वाजता शिळा दुभंगुनि फौज जाहली खडी
भीमथडीचे अश्व घालती अटकेवरती उडी
चार दिशांना रणांगणावर खणखणत्या मैफली ।।

महामंत्र मुक्तीचे घुमले निर्भय तव मंदिरी
हात लाख कंगाल घालती घण काळोखावरी
अन्यायातच धर्महीनता तुवा सदा पाहिली ।।

भावभक्तिचे पुन:पुन्हा तुज अभिवादन भगवती
तुझ्या पदावर नव्या युगाची घडेल अमरावती
कर क्रांतीचे दिसतिल माते तुझ्याच उदयाचली ।।

तूर्त

होय,

तुमची खानदानी, प्रवचनं
छानच आहेत
तुमचे रेशीमकाठी वादविवाद
तेही श्रवणीय मननीय
आणि माननीयही आहेत.
तुमच्या पायापाशी बसून
मी सारं ऐकेन
खूप काही शिकेनही.
पण तूर्त माझ्या सन्मित्रांनो,
रजा द्या मला,
पलिकडच्या जंगलामध्ये
हिमलाटेत कुडकुडणाऱ्या
त्या नागड्या पोरांकडे
मला जायचं आहे
त्यांच्या अंगणात
जाळ पेटविण्यासाठी.

आनंद

अंतरीच तुझ्या
      आनंदाची गंगा ।
देवळात दंगा
      कशासाठी ।।

आकाशाला काय
      आईबाप हवे ।
आनंद प्रसवे
      आनंदाला ।।

व्यथा वेदनांची
      चालो रहदारी ।
कौलाराला सरी
      पावसाच्या ।।

नको नसावेचे
      हवे असावेचे ।
रान लालसांचे
      परसात ।।

अहंतेच्या तळी
    बुलंद कवाडे ।
आत राजवाडे
    आनंदाचे ।।

तरीच वैकुंठ
    बसवितो तुका ।
राहूनिया भुका
    प्रपंचात ।।

माझे जीवनगाणे

माझे जगणे होते गाणे ।।

    सुरेल केव्हा केव्हा बेसुर
    तालावाचुन वा तालावर
कधि तानांची उनाड दंगल
झाले सूर दिवाणे ।।

    कधी मनाचे कधी जनाचे
    कधी धनास्तव कधी बनाचे
कधी घनाशय कधी निराशय
केवळ नादतराणे ।।

    आलापीची संथ सुरावळ
    वा रागांचा संकर गोंधळ
कधी आर्तता काळजातली
केव्हा फक्त बहाणे ।।

    राईमधले राजस कूजन
    कधी स्मशानामधले क्रंदन
अजाणतेचे अरण्य केव्हा
केव्हा शब्द शहाणे ।।

मारवा/४७

जमले अथवा जमले नाही
खेद खंत ना उरली काही
अदृश्यातिल आदेशांचे
ओझे मात्र वहाणे ।।

सूत्रावाचुन सरली मैफल
दिवेहि विझले सभाघरातिल
कशास होती आणि कुणास्तव
तो जगदीश्वर जाणे ।।

पंख्यामध्ये

पंख्यामध्ये नसतो वारा
    सृष्टीमध्ये फिरणारा
देवळामध्ये नसतो देव
    विश्व व्यापून उरणारा

कोलाहल

जो मी होतो
       गत कालातिल
असेन का मी
       तोच पुराणा.

की थडग्यातुन
       उठलेले स्वर
जुळे तयांचा
       नवा तराणा.

एकच होते
       जुने पांथघर
नवा प्रवासी
       ये वसतीला.

भिंतीमधुनी
       जीर्ण भुतावळ
मधल्या रात्री
       ये दिमतीला.

कालगताची
		तोडुन कारा
वर्तमान मी
		बांधित जातो.

बंद कवाडे
		सारी तरिही
हा कोलाहल
		कुठून येतो.

अंतहीन

पलिता घेउन जळता हाती
खोल खोल मी उतरत होतो
गुहेत माझ्या अस्तित्वाच्या
सत्त्व तळातिल शोधत होतो.

भग्न पायऱ्या हिरवटलेल्या
कुठल्या पाताळी मज नेती
दोहि तटांचे कठडे मर्मर
स्वरात म्हणती, नेती नेती.

कुठे काजवे दिसती विझती
फडफडती खग कुठे निशाचर
विद्ध पराजित कण्हती कोठे
सूर्याचे अन् चंद्राचे कर.

चिरे विखुरले संगमरवरी
सप्तकातुनी स्वर सुटलेले
कुठे गिधाडे गरूडहि कोठे
पंख तयांचे पण तुटलेले.

उतरत आहे उतरत आहे
अंतहीन या जिन्यास ना तळ
भौतिक नैतिक झुगारणाऱ्या
आत्म्याचेही ओसरले बळ.

कळले आता वृथा शोध हा
मृगजळात या फसलो आहे
याच पायरीवरती आता
पलिती विझवुन बसलो आहे.

उगवतीचं ऊन

उगवतीचे ऊन आता
मावळतीला पोचले आहे
मार्गक्रमण मार्गापेक्षा
स्मरणात अधिक साचले आहे.

तक्रार नाही, खंत नाही,
पूर्तीसाठीच प्रवास असतो
केव्हातरी मिटण्यासाठीच
काळजामधला श्वास असतो.

वाट केव्हा वैरीण झाली
तरी झाडे प्रेमळ होती
लाल जांभळे भेटून गेले
साथीत उरली निळी माती.

काळोखलेल्या गुहेतदेखील
धडपडणारे किरण होते
पेटवलेल्या दीपालींना
वादळवाऱ्यात मरण होते.

असणे आता असत असत
      नसण्यापाशी अडले आहे
जिव्हाळ्याच्या चिता पेटवीत
      बरेच चालणे घडले आहे.

माथ्यावरचा आभाळबाबा
      सवाल आता पुसत नाही
पृथ्वी झाली पावलापुरती
      अल्याड पल्याड दिसत नाही.

आम्ही

ज्ञानविज्ञानाच्या
अभिमानाने
माझा स्वामित्वाचा ध्वज
अशेष पृथ्वीवर
मी निघालो रोवायला,
तेव्हा मला दिसले
असंख्य ध्वज
लहानमोठे, विविध रंगांचे,
सारी धरती व्यापणारे.
ध्वज गवताचे, वृक्षांचे
नद्यांचे, पर्वतांचे, सागरांचे
फुलांचे, फुलपाखरांचे
जमिनीवर जगणाऱ्या पाण्यात राहणाऱ्या
सर्व प्राणिमात्राचे,
सूर्याच्या प्रकाशाचे, चांदण्याचे
देवळात जळणाऱ्या पणतीचेही,
भूमीवर पडणाऱ्या सावल्यांचे
आणि पाण्यातील प्रतिबिंबांचेही.
माझ्या लक्षात आले
येथे स्वामित्व कोणाचेच नाही
आहे ती समान भागीदारी
सर्वांच, म्हणून –
मी नाही, आम्ही.

काहूर

घन झाकळती नभ
      घंटा निनादते दूर
मला कळेना कशाचे
      मनी दाटते काहूर.

      अशा काहूरास नाही
        रूपरेषा नावगाव
हिमकालातील धुके
      नसे आशय ना भाव.

तरी करपती त्याने
      माझ्या चेतनेचे पाख
नसे निखारा ना जाळ
      तरी साचे मनी राख.

जाळे

दिनादिनांचे
            जोडुनि धागे
नगर बांधतो
            मी जगण्याचे.

काळ म्हणे मी
            विणतो जाळे
त्या नगरासह
            तुज धरण्याचे.

जखम

रौद्रभीषण रूपात
माझा पाठलाग करणारी
आवाजाविना आक्रोशणारी,
गोठलेल्या नेत्रांची
चिरलेल्या गात्रांची
रक्ताच्या रेषा
सगळ्या चिरांवर
पिसाटलेले केस
पिचलेल्या शिरावर,
ही जखम
माझीच –
पण आता स्मरत नाही
मी केलेली
की मला झालेली.

असाही एक सावता

तुमची आमराई तर
छान बहरली आहे,
बहरू द्या –
बहरणं हा झाडांचा धर्म आहे.
लोक येतात, फळं खाऊन जातात
खाऊ द्या –
खाणं हा लोकांचा स्वभाव आहे.
गोड असल्याचा दुवा
आंबट लागल्यास शिव्या देतात,
देऊ द्या –
दुवा आणि शिव्या
देण्यासाठीच असतात.
कोणी कुऱ्हाडी आणतात
फांद्या तोडतात,
तोडू द्या –
कुऱ्हाडी तोडण्यासाठीच असतात.
कोणी वर चढतात
खाली पडतात
पडू द्या –
तो नियमच आहे गुरुत्वाकर्षणाचा.
तुम्हाला काहीच खेद खंत नाही ?
त्या झाडांशी
तुमचं काही नातं नाही ?

नातं होतं – होतं – गुदमरून टाकणारं.
जेव्हा मी माळ खणला
रोपं रुजवली
मशागत केली
तेव्हा, आणि तोपर्यंतच.
झाडं बहरली, वर आली
आणि ते नातं गेलं मुळांसह
जमिनीच्या कुशीत, अंतर्धान पावलं
कायमचं –
आता ती झाडं आहेत
त्यांना माया देणाऱ्या मातीची
ऊन देणाऱ्या सूर्याची
पाणी देणाऱ्या पावसाची
मी आहे मालक. फक्त –
सात–बाराच्या नोंदीपुरता.

समूह

समूह म्हणजे
हिंस्र जनावर
जेव्हा दंगल
करतो
तोच केधवा
सत्त्वशील व्रत
वारकऱ्याचे
वरतो
सूळ उभारुन
तोच शरीरे
संतजनांची
चिरतो
त्या संतांची
खांद्यावरती
तोच पालखी
धरतो
लालस लंपट
दैत्य होउनी
बलहीनांना
छळतो
स्वर्ग कराया
या धरतीचा
तोच चितेवर
जळतो.

जाता जाता

जाता जाता गाइन मी
          गाता गाता जाइन मी
गेल्यावरही या गगनातिल
          गीतांमधुनी राहिन मी.

पणती

असाच केव्हा थिजून पडतो
संथ घनावर वारा

हारवते नभ हरवे त्यातिल
प्रकाशदायी तारा.

जहाज राही अचल जलावर
प्रवास कुंठित होई

मरणाहुनही कळा भयानक
अशी जिण्याला येई.

गळती रेषा चराचरांच्या
जळते तृण नावाचे

कठोर होई बर्फ मनातिल
कोमल भाव दवाचे.

भयाण त्या पोकळीत जीवन
सुन्नपणाने भ्रमते

असे–नसेच्या सीमेवरती
अगतिकतेने बसते.

अशा अभावी वहात येते
तव हाकेची पणती

प्रकाशात त्या आहे त्याचे
सूत्र पुन्हा ये हाती.

वर्तमान

भूतभविष्याचे सारे
      माझ्या तुटलेले धागे
वर्तमान नि:संगात
      जीवपण झाले जागे

झाले गेले भ्रमणे मी
      किती थडग्यांच्या देशी
भूतपिशाच्चांची ये जा
      काय सोसावी मी अशी.

माझ्या राखेतून मीच
      ग्रीक पक्षी उगवलो
माझ्या सूर्यासाठी साज
      नव्या पंखांचा मी ल्यालो.

सीमेवरती

सुखदु:खांची
          लाट चेष्टिते
साहुन आलो
          सीमेवरती.

संस्कृति नामक
          बंदिघरातिल
साखळलेले
          संगर सरती.

शिल्प खोदले
          खडकामधुनी
शिल्पकार मी
          त्यात रंगलो.

अभेद्य उरलो
          कधि लोहासम
कधी बिलोरी –
          परी भंगलो.

असे जिण्याचे
        करून दोहन
शिवाशिवे मी
        माळित गेलो.

जाळुन संचित
        पूर्ण रिक्त मी
तुझ्या पावला –
        पाशी आलो.

उनाड आत्मा

उनाड झाला आत्मा आता
        कुठेहि फिरतो दिनरातीला
या देवालयि तूच देव – या
        दाद न देई खुशामतीला.

देहात्म्याचे द्वैत नसावे
        हेही त्याला संमत नाही
म्हणे, देह हा मातीमधला
        संभव माझा नभात होई.

अवमानुनि मज शरीरतेने
        स्वैरपणाने केले वर्तन
घडे स्तुतीचे ओतुन ओशट
        दिसे मला खुंटीवर टांगुन.

विटलो आता या दंभाला
        अद्वैताचे भंपक कीर्तन
तोडुनिया तट बंदिघराचे
        कुठेहि जाइन, कुठेहि राहिन.

द्वैतभाव हा मिटेल जेव्हा
        शरीर जाइल सरणावरती
दोघांच्या दहनात कामना
        अद्वैताची होइल पुरती.

६८/ मारवा

चक्र रथाचे

सूर्यपुत्र मी
किरण रवीचे पृथ्वीवरती
पेरित गेलो,
तिमिराची विक्राळ भुतावळ
मारित गेलो,
शाप ललाटातील झुगारित
जगलो जीवन,
बिल्वदलासम दानप्रयागी
झालो पावन,
सर्व क्षणी या
निरर्थलेले,
दीप तपाचे
मालवलेले,
जबडा उघडुन माय धरित्री
वैरिण बनुनी चक्र रथाचे
गिळते आहे
सूर्यकृपेचे छत्र शिरावर
कर्पुरपटलापरी पेटुनी
जळते आहे.

वाळवंट

आता चालताना जाणवतं
वाळवंटालाही असतं वरदान
एका अलौकिकाचं,
असंदिग्ध अफाटपणाचं.
येथे मीच निर्माता माझ्या रस्त्याचा
पावलं पडतील तो मार्ग
आणि थांबतील ते मंझील.
उन्हातील रखरखीत वाटचाल
जेव्हा विसावते
एखाद्या जलस्थानावरील
झाडाच्या सावलीत,
तेव्हा प्रत्येक हिरव्या पानाला
बिलगलेला असतो
आकाशाचा आशीर्वाद,
पाण्याच्या प्रत्येक थेंबातून द्रवत असते
धरतीचे आर्द्र आईपण
आणि निरभ्र आकाशातील चंद्रिकोत्सव
जेव्हा उतरतो वाळवंटावर,
तेव्हा रेतीच्या प्रत्येक कणाचे
रूपांतर होते निळ्या हिरकणीत,
आणि वाळवंट होते माझ्यासाठी
एक सीमाहीन रत्नभूमी.

ताराभेट

देवघरातील फूल उचलुनी
कुणास द्यावे कुणी ।
तशी नभातिल ज्यात आणली
तू माझ्या अंगणी ।।१।।

धरतीवरच्या सरत्या काली
दिला दिलासा तुवा ।
कसे जाणले – डाकबंगला
तिकडेही मज हवा ।।२।।

सरेल लेखन सरेल नाटक
सरेल कवितारती ।
फेसामधले महाल अमुचे
असणे त्यांचे किती ।।३।।

प्रलयंकर वा स्फोट अणूचे
होता अवघी धरा ।
फुटुनी तुटुनी तिचा तरंगत
राहिल व्योमी चुरा ।।४।।

तरीहि झळकत असेल तारा
त्यावर शब्दावली ।
मौक्तिकमंडन मित्राने ही
भेट कवीला दिली ।।५।।

मारवा/७१

वाचायाला बघावयाला
नसेल कोणी जरी ।
कांतकृपेने सदैव वसतिल
कुसुमाग्रज अंबरी ।।६।।

मीच

मीच कैदखाना
आणि मीच
कैद फर्मावणारा.

कैदखान्याचे राक्षसदार
लोखंडाच्या क्रूर खिळ्यांनी
निर्दयलेले
तेही मीच.

आणि त्या खिळ्यांवर
मुक्तीसाठी माथे आदळून
रक्तबंबाळ होणारा कैदी
तोही मीच.

वृक्ष

दारासमोरील
उंचच उंच प्रचंड वृक्ष
सिल्व्हर ओकचा
उगवत्या दिवसाचा प्रकाश
त्याच्या माथ्यावर
अलगद उतरायचा
फांद्याफांद्यातून
पानापानांतून
खाली निथळायचा
आणि मग जमिनीवर येऊन
हळुवार प्रेमळ पावलांनी
माझ्या दारापर्यंत यायचा
तो वृक्ष रस्तारुंदीत
दिवंगत झाला,
आता निरालंब झालेला
उगवता प्रकाश
काचेच्या विराट गोळ्यासारखा
भूमीवर आदळतो, विच्छिन्न होतो,
त्याचे लक्षावधी तुकडे
सर्वत्र पसरतात.
त्यांतील काही माझ्या घरापर्यंत.

जेथे जातो तेथे

जेथे जातो तेथे
तू माझा सांगाती
संतांसाठी होती
       सुरक्षा ही.

पालखी मेण्याचे
संत मानकरी
चाल मातीवरी
       नसे त्यांची.

परी पदातींचे
भागधेय काय
रस्त्यावरी पाय
       नित्य ज्यांचे.

आहेस की नाही
हेही त्या न कळे
संघर्षात जळे
       प्रज्ञा त्यांची.

माणसाची जात
कीटकाचे जिणे
ललाटही किणे
       निर्वाहात.

धीराने फोडीत
अन्यायाचे तट
पेटलेली वाट
          चालती ते.

अशासाठी कुठे
कीर्तन देऊळ
उरावरी काळ
          ठाणलेला.

कसे म्हणू तुला
हवी भाटगिरी
लाचारांच्या दारी
          पाय तुझे.

साहती जे उरी
दुर्भाग्याचे बाण
तुझी आठवण
          क्षणासाठी.

अशांचीही याद
केव्हातरी ठेवा
काळोखात दिवा
          दावा त्यांना.

असंख्य थडगी

असंख्य थडगी
      मृतकालाची
मनामध्ये असती

त्यात पिशाच्चे
      चिरंतनाच्या
शापासह फिरती

स्मशान सोडून
      कधी अनाहुत
जिण्यामध्ये शिरती

नाच नाचुनी
      जितेपणाची
स्मशानभू करती.

आधार

जगण्याच्या वाटेवर
उतरतात अकस्मात
काही चंद्राघरची स्वप्ने,
मातीतून चालतात
आपल्या बरोबर काही काळ
आणि निघून जातात
पुन्हा अंतराळात.
पण धुळीतील
त्यांच्या पायखुणांवर
रेंगाळत राहतात
काही संन्यस्त किरण
आश्विनी चांदण्याचे.
अंधार जेव्हा निबिड असतो
तेव्हा आपल्याला आधार असतो
त्या मर्यादित चंद्रपणाचा.

तराजूत

तराजूत त्यांनी
         मला बसविले
आसन लाभले
         कौतुकाचे.

थवा सज्जनांचा
         जमे भवताली
बरसात झाली
         वाहवांची.

तराजू डोलतो
         खालीवर होतो
प्रपात वाहतो
         उत्साहाचा.

थाळीमध्ये माझ्या
         ओततात कोणी
पाषाणाची गोणी
         प्रेमभावे.

हिंदोळात थाळी
         जमिनीला भिडे
वावटळ उडे
         कौतुकाची.

तोच येती कोणी
ताागडे ओढती
पाषाण फेकती
रागेजुनी.

दुजा पारड्यात
घालती ते भर
मोकले आधार
धरतीचा.

अस्मादिक तेव्हा
जाती अस्मानात
तेव्हाही खैरात
टाळियांची.

तागडीचे जिणे
असे खालीवर
बोथटाला धार
जगण्याच्या.

तेथे

तुझ्या चरणांचा
         तेथेच रिघावा
जेथे न विसावा
         वेदनांना ।।

तुझी वाट जाई
         जखमांच्या गावी
आर्तांच्या आसवी
         द्रवलेली ।।

श्रीमंत मंदिरे
         द्रव्याची आरास
नाकारसी वास
         अशा ठायी ।।

रत्नांचे किरीट
         सुवर्णाची माळ
कल्पिते आशाळ
         मानवांची ।।

दौलतीचा ध्यास
         सत्तेची मिरास
स्वप्नांचा विलास
         तुझ्या मिषे ।।

मारवा/८१

ब्रह्मांडाचे घर
　　　नक्षत्रांचे गाव
तुला काय हाव
　　　नैवेद्याची ।।

रंजले गांजले
　　　आपुले मानिशी
दुःखांच्या प्रदेशी
　　　राहसी तू ।।

८२/ मारवा

पूर्व दिव्य ज्यांचे

पूर्व दिव्य ज्यांचे त्यांना –
इत्यादी
श्रवणाला रम्य
टाळ्यांनाही प्रोत्साहक
(जळत्या वर्तमानाचा पाठलाग
चुकविण्यासाठी
थडग्यांच्या फटीतून
भूतकालात विसावणं
तसं सोयीचं, सुखावहही)
पण पृथ्वीच्या
कौलारावर उभा राहून
काळ ओरडतोय
पूर्व दिव्य ज्यांचे अशा सर्वांना
इतिहासानं फेकून दिलं आहे
कचऱ्याच्या कुंडीमध्ये,
ठिणग्यांचा पाऊस पाडीत
भविष्याचं सत्त्व
ऐरणीवर घडवताहेत तेच
ज्यांना पूर्व दिव्य नाही
पूर्वच नाही
वा ज्यांनी आपलं पूर्व
देवासारखं देव्हाऱ्यात
वा प्रेतासारखं स्मशानात
पुरून टाकलं आहे.

मारवा/८३

खाट

तो गेल्यावर तरंग एकहि
   उठला नाही जनाशयावर ।
ओलवली ना कुठे पापणी
   ना स्वर झाला कोठे कातर ।।

एक चालणे विसावलेले
   रस्त्यालाही कळले नाही ।
अंक न गवसे आधाराला
   शून्य असे ते शून्यच राही ।।

तटस्थ असले येती जाती
   नसे तयांची गणती महती ।
वत्सल नभ ना त्यासहि कळले
   एक श्वास की झाला कमती

जिथे न पोचे हाक कुणाची
   त्या बेटावर त्याची वसती ।
खाट मात्र ती म्हणे त्यास मी
   साथ चितेवर केली असती ।।

८४/ मारवा

मर्त्य

त्या प्रकाश शिखराच्या
पायवाटेवर
माणसांचीच नव्हे
तर मूल्यांचीही प्रेतं
तळातळावर पडत आहेत.
माणसांचं ठीक,
ती मर्त्यच असतात,
पण ग्वाही दिली होती
साऱ्याच प्रेषितांनी
समाज विरतात, मरतात
पण मूल्ये
अजरामर असतात
ईश्वरासारखी.
आता ही प्रेतं सांगत आहेत
पृथ्वीवरची सारीच निर्मिती
आहे मरणाधीन,
प्रेषितांना सापडलेल्या
सत्यासह – आणि कदाचित
माणसांनी ऐहिक अस्तित्व दिलेल्या
ईश्वरासहही.

शोध

हे प्रश्नचिन्हांचे कळप
लांडग्यांसारखे
माझ्यावर चालून येत आहेत
चहूकडून.

घुसत आहेत त्यांचे हिंस्र सुळे
माझ्या आहेपणात
तेथील आशयाचे मूलाधार
विच्छिन्न करीत.

देवळातून, माणसांच्या जीवनांतून
पुस्तकांच्या पानांतून
शरणपत्रे घेऊन करीत आहेत मला
निराशय –

आता मीच एक प्रश्नचिन्ह
मार्गहीन मातीची, छायाहीन आकाशाची
एकच एक जाण घेऊन
भ्रमणारे,
पूर्णविरामाच्या शोधात.

साऱ्याच प्रश्नचिन्हांची
अंतिम इच्छा असते
पूर्णविराम होण्याची –
तशीच माझीही.

पोपट

पोपट म्हणतो पिंजऱ्यातला
      मी नृपनायक खगांतला
मानव करतो सेवा माझी
      परमश्रेष्ठ जो जगातला.

प्रेम

प्रेम म्हणजे
      देहापुरतं
फूल म्हणजे
      बीजापुरतं
असे कोणी मानतात
      ते सारे उत्क्रांतीच्या
मर्कटयुगात नांदतात.

* * *

प्रेम जेव्हा
      मालकीत शिरतं
      पायकीत उरतं
हलके हलके प्रेम तेव्हा
      जळत जातं
विद्वेषांच्या विषाणूंना
      फळत जातं.

* * *

यांच्यावरील
      प्रेम जेव्हा
त्यांच्यापर्यंत पोचतं
      जोडीत जातं संसाराशी
जिव्हाळ्याचं नातं
      तेव्हा त्या प्रेमाभवती
देऊळ उभं राहतं.

सुंदर

ऐलतटावर नदीतटाकी
द्राक्षलतांचे मळे मनोहर
पैलतटावर खडकांचा तळ
कठोर कर्मठ मुरुमाचा थर
त्या मुरुमातिल
त्या खडकातील
सत्त्व जागवुन उभी एकटी
कटिखांद्यावर काट्यांचे दळ
उजाडतेला देत दिलासा
द्राक्षलतांहुन सुंदर बाभुळ.

भान

शालूशेले पेहरणाऱ्या
जडजवाहिर मिरवणाऱ्या
राणीसारखी ये,

बाजारु चौकात बसलेली
उघडीनागडी भिकारीण
तिच्यासारखी ये,

देवालयाच्या दाराशी
भक्तिरसात नाहणाऱ्या
मीरेसारखी ये,

दूरस्थातील स्वप्नासाठी
प्राणांचे समर्पण करणाऱ्या
लक्ष्मीसारखी ये,

ज्या मातीत तू उगवलीस
तिच्या ऋणाचे भान ठेवून
कुणासारखीही ये.

प्रश्न

मला माहीत आहे,
लक्षावधी वर्षांच्या
कल्पितांतून
तुझा अवतार झाला आहे.
सगुण व निर्गुण
अणूपासून आकाशापर्यंत
देहापासून देवळापर्यंत
सर्वत्र तुझं आहेपण
कल्पनेनेच
       प्रस्थापित केलेले.
पण हे सर्व कळल्यावर
अखेरी
अंतिम प्रश्न येतो
कल्पिते कोठून येतात ?
हे प्रश्नचिन्ह पुन्हा
तुझ्याकडेच घेऊन जाणारं.

मारवा/९१

उंबरठ्यावर

सखे,
आता तो क्षण आला
अखेर या सराईतच थांबायचं आहे तुला.
आणि मी पुढे जाणार आहे.
रेखीव रस्ता नसलेल्या त्या
संदिग्ध प्रदेशात –
प्रदेश तर काळोखाचाच
पण आतापर्यंतच्या प्रवासात
तू दिलेलं चांदणं
माझ्या पडशीमध्ये तुडुंब आहे
पडत्या पावलाच्या सभोवार
त्याचं शिंपण करीत
मी पुढे जाईन –
चांदणं संपेल ही चिंता सखे,
करू नकोस.
कारण एक अत्युच्च आनंदाचा असा
क्षण येईल, जिथे चालणेच संपेल
आणि तिन्ही काळांच्या प्रयागावर
लक्ष संबंध असलेले
माझे आहेपण –
संबंधहीन अशा नाहीपणात
पुळणीतील सागरलाटेसारखं

सहजपणानं विसर्जित होईल
सखे, डोळ्यांत आसवं कशाला ?
तुला ठाऊक आहे ना ?
उंबरठ्यावरील अश्रूंचे थेंब
पांथस्थाच्या मार्गावर...

मारवा/९३

www.ingramcontent.com/pod-product-compliance
Lightning Source LLC
LaVergne TN
LVHW020135230825
819400LV00034B/1170
9788171857326